இந்த நிழல்

jacob kobina ayiah Mensah

கலைப்படைப்பு: Jacob Kobina Ayiah Mensah

பொருளடக்கம்

நம்மில் ஒருவன்
லாபிரிந்த்
சாம்பல் பின்னால் நிழல்கள்
வளர்ப்பு
சறுக்கல்
சிக்காத
ஒரு உண்மையான பரிமாணம்
விளைவுகள்
அம்பு
குடியேறியவர்
வருகைகள்
அன்பே
கொள்கை
நம்பிக்கை

இறகுகள்

வேறொரு இடத்தில் இருந்து இரயில் சப்தம். ஹெட்லைட்கள் புகைகின்றன. அதிலிருந்து ஒரு ஆப்பிள் என் திசையில் கீழே விழுகிறது. இது கரடுமுரடான தொடுகிறது. இது போன்ற வாசனை ஒரு துப்பும். நான் அதை கடித்தேன், அது உப்பு. நான் வேறு இடத்திலிருந்து முழுமையாக இருக்கிறேன். இந்த நிழல். அந்த நிழல். கடந்த காலம்.

பங்கு

தரையில் படர்ந்திருக்கும் நிழல்கள், ஒரு குளத்தை உருவாக்குகிறது, என் கால்கள் ஈரமாக உள்ளன. நான் மூழ்குகிறேன், நான் குளிர்ச்சியாக உணர்கிறேன். எனக்கு உன் முகம் ஞாபகம் வருகிறது, நான் உங்கள் வாசனையைப் பார்க்கிறேன், இடையே உள்ள இடைவெளியில் ஆவியாகிறது.

என்னால் உங்களை கூண்டுக்குள் வைத்திருக்க
முடியாது
அது மீன்களுக்கு வேலை செய்யாது
விரைவில் அந்த வலிப்பு

அறுவடை இல்லை
என்னை பேசாமல் விட்டு விடுகிறது
நானே பார்க்கிறேன்
எங்கோ ஒரே இதயத்துடன்
முன்பு போல்

உயர் தரைப்பாலம்

1
அந்த நிழலின் நகரத்திற்கு
இந்த கல் மேகமாக மாறுகிறது

2

ஆண்டுக்கு வெளியே
இந்த அனுப்புதல்
அடையாளம் தெரியாமல் போகிறது
நான் அதன் உயரத்தில் இருக்கிறேன்
பதவியில் இருந்து
ஒரு பழைய துணி தொங்குகிறது
மீதி மிச்சம்
பார்வை ஒரு தடையாக மாறும்
நுழைவாயிலில் இருப்பவர்களுக்கு

3

உயர் தரைப்பாலம்
இங்கிருந்து என் வழி
நகரத்திற்கு
நான் ஈரமான ஒளியைப் பின்பற்றுகிறேன்
நான் யார் என்று பார்க்கவில்லை

4

எங்கோ சுவர்களில் வியர்வை மழை பொழிகிறது

5

சதுப்பு நிலத்தின் வேகமான நீர் பாதையை பின்பற்றுகிறது

வெடிப்பு

சோதனைகள் இல்லை
இடங்கள் இல்லை
இந்த திரைச்சீலையின் பாதியை நான் வெட்டும் வரை
என்னை துணைக்கு பெயின்ட் அடிக்கிறேன்
யார் பிடிபட்டார்
பணிப்பெண்ணை முத்தமிடுதல்
நான் கதவை சரி செய்கிறேன்
நான் கூரையைப் பின்பற்றுகிறேன்
இரவு முழுவதும்

மறைக்கப்பட்ட அடிச்சுவடுகள்

இந்த இரவு பின்னால் இருந்து மூடப்பட்டுள்ளது

பனித்துளியில் ஒரு சிலை இன்னும் தன் காலணிகளை
அவிழ்க்கக் காத்திருக்கிறது

வேருக்கு அடியில்
அந்த கண்ணீர்த் துளி பரவுகிறது

புகை மூட்டத்தின் கீழ்
நகரம் தாழ்ந்து கிடக்கிறது

கள்ளிச் செடிகளுக்கு இடையில்
அடுத்த நிழல் சிக்கிக் கொள்கிறது

அந்த நிழல் அதன் உயரத்தில் சாய்கிறது

மறைக்கப்பட்ட அடிச்சுவடுகள்
ஒரு டிரேக்கின்
கப்பல் கட்டும் தளத்தில் இருந்து

ரோஜாக்கள்
புகைந்து கொண்டிருந்த இடத்திலிருந்து
புதர்களினூடே

அந்த நிழலைக் கூர்மைப்படுத்தி, மீதமுள்ள இந்த
சறுக்கல் மரத்தையும்

கல்லறையுடன் இந்த கற்றாழை
எவ்வளவு வேதனையாக இருக்கிறது என்று பாருங்கள்
அவர்களின் உடல்கள் இருக்க வேண்டும்

திடீரென்று
பௌர்ணமி நிலவு
அதன் எடையில் பொருந்தி
அந்த இடம்

அருகருகே இந்த நிழலும் வெள்ளமும்

சாத்தியங்கள்

நான் உன்னை சுவாசிக்கிறேன்
உங்கள் லாவெண்டர்

இந்த துறையில் மிகுதியாக

ஏதோ பின்தொடர்கிறது
தலையைத் தொடர்ந்து

அது கிட்டத்தட்ட அமைதியானது
விடியற்காலையில் கோடையில் போல

நான் உன்னை சுவாசிக்கிறேன்
உங்கள் லாவெண்டர்
உங்கள் கைகளின் வாசனை

பரவுகிறது

திரும்புகிறது

நிழல்கள் பறக்கின்றன
UFO உடன்
வீடு திரும்புகிறது

வரிசையில் காய்ச்சல் நிழல்

திரும்பும்
நீர் துளிகளிலிருந்து

காலனியில்
ஒரு நிழல் வடிவமைத்தல்
மொழி புதைந்துவிட்டது
இந்த நிழலுடன்

கண்ணாடியின் கீழ்
ஈரமான நிழல்
நகரும்

பாதிக்கப்பட்டவர்: பிரிக்க முடியாத நம்பிக்கை

அகற்றப்பட்டது
நிர்வாணமாக
வீட்டின் முன்
இந்த பளிங்கு
கை கப்
அதன் நிழல் என் பயத்தை மறைக்கிறது
என் பரவசத்தை வெளிப்படுத்துகிறது

தோற்றம்

வெற்றிடத்தில்
நிழல்கள் சுமந்து
நான் உங்கள் நாக்கை சாப்பிடுகிறேன்
மற்றும் நான் உன்னை பிடிக்க முடியாது
மற்றும் உங்கள் கூரையை கைப்பற்றவும்

தோற்றம்

பென்சில் மக்கள்
இரட்டை முனையுடன்
இரட்டை-தொடங்கியது
நான் காட்டுகிறேன்
சிவப்பு அல்லது இளஞ்சிவப்பு அல்லது பழுப்பு
ஈடு செய்யாமல்
அடுத்த பகுதிக்கு என் மனம்
தூசியின் தடயங்கள் இல்லாமல்
நான் கவலைப்படவில்லை
கவனித்து கொண்டிருக்கிறேன்
தோலுக்கு, அல்லது வெட்டுக்கள்
அல்லது அலைகளை குறைத்தல்
அதே முகத்தில்
கண்ணாடியில்
பற்கள் கூர்மையாக இல்லை
நான் எடுத்துக்கொண்ட இடத்தை வெட்டினாலும்
புகைபிடிக்கும் மேகங்களால்
வெற்று சூழ்நிலைகளை கூட்டுவதற்காக

இந்த வட்டத்திற்குள்
எந்த சிரிப்பையும் பாதிக்காமல்
நான் மறைந்து போகும் பகுதிகளுக்கு நிழல்
தருகிறேன்
சூறாவளிகள் மத்தியில்

தோற்றம்

நிழல்கள் பரவுகின்றன

மிதக்கும்

குமிழ்

தரையின் மீது

நீட்சி
நுழைவாயிலில்

மாடிக்கு மேல்

திடீரென்று

ஓர் இடம்
சரிகிறது

உள்ளிருந்து
நள்ளிரவு

உடனடி பாட்டிலுக்கு

ட்வீட்ஸ் மற்றும் விரிப்புகளை அறிவதற்காக

ஒரு சிறிய சண்டைக்குப் பிறகு

அடுத்த நகல் வழங்கப்படுகிறது

தூரங்கள் வரையப்படுகின்றன

மீறல் இல்லை
ஆச்சரியங்கள் இல்லை

மேலும் கை கொடுக்கும்

கடுமையான சூரியனுக்கு

இந்த அவல நிலைக்கு

சிக்காத

முற்றிலும் வேறுபட்டது
தீங்கற்ற வழிகள்
மெல்லிய நுண்துளை சுவரில்
சிலந்தி வலை ஈரமானது
இந்த பனித்துளிகளை நிறுத்துங்கள்
சிலந்தி வலை ஈரமானது
துண்டிக்கப்பட்ட வாயை உருவாக்குகிறது
தளர்வாக இணைக்கப்பட்ட உமிகளுடன்
ஒரு படி

அல்லது அளவிடுதல்
நான் அதன் கரடுமுரடான தோலால் மூடிவிட்டேன்
ஒரு அறையில் இந்த புதிய குப்பைகள்

முன் மற்றும் பின்

1

தோட்டம் பூக்கும் போது
மற்றும் தெரு உங்கள் அளவு நிரப்பப்பட்டிருக்கும்
நதிக்கு வடிவம் இல்லாத போது
மற்றும் ஒரு மை பக்கம் இல்லை

2

இந்த மேப்பிள் பூ முழுவதுமாக தோன்றும்
தோட்டம் முழுவதும் ஒரு அடி உணரப்பட வேண்டும்

குளிர் மதியம்
நான் குறிக்கிறேன்
ஒரு மரத்துடன் பார்க்கிறது
மீண்டும் மணிக்கு

முன் மற்றும் பின்

இந்த பத்தி
இடையே

3

நீல இரவு
காணாமல் போகிறது
எங்களுக்கு இடையே
அதன் பாம்பு பாதை
இந்த கிராஃபிட்டி

4

கலைஞர் சொல்வது சரிதான்
தொடக்கத்தில் இரண்டு ஒளிரும்
இந்த முடிவில் இருக்க வேண்டும்

5

இந்த வைப்பு
இதற்கு காலையில் பிரமிப்பு தேவை

6

ஒரு உடல் மின்னும்
வியர்வையுடன்

சூரிய ஒளியாக
தழைகளில்

பின்னால் ஒவ்வொரு இடமும்

இந்த வேலியின் மையத்தைப் போன்றது

7

காலை வெயிலில்
நான் நிரம்பியிருக்கிறேன்

பதில்கள் தேவையில்லை

நான் பூக்களை பார்க்கிறேன்
இரத்தப்போக்கு

மற்றும் என்பதை
இது ஒரு காதல்
அல்லது சிவப்பு

நான் ஒருமுறை இங்கு வந்ததை நினைவில் கொள்ள
விரும்பவில்லை

சாக்கெட்டுகளில் மட்டுமே

சந்திப்பு

அந்த குமிழி
மிகவும் சோப்பு
என் ஓய்வு இடத்தை ஆக்கிரமித்தேன்
அதன் நிழலுடன்

மேட்டின் மேல் உங்கள் உயர்வு
மற்றொரு இடத்தை தாக்குகிறது
ஈரமான கூட்டாளிகளால் ஆக்கிரமிக்கப்பட்டது
நீங்கள் நிம்மதியாக இருப்பதாக தெரிகிறது
இந்த அனுகூலத்தால்
ரயில்வே இடையே

இந்தப் பக்கத்தில்

நான் இந்தப் பக்க வாயிலாகவே இருக்கிறேன்
குளிர்ச்சி
காட்டு புல்லில்

கை கால்
கை கால்
வரிசையில்
பொருட்களின் வடிவம்

கருப்பு பள்ளத்தாக்குகளில்

மூடுபனியில்
கருப்பு பள்ளத்தாக்குகளில்
இந்த டவுன்ஷிப்

எஸ்கார்ப்பின் மீது மூடுபனி வளர்ச்சியை
விழுங்குகிறது

ரயில் நிலையத்திற்கு அருகில் எல்லாவற்றின் ஈரமும்

மயக்கம்

இரவின் விதானம் கிழிந்ததும்
மற்றும் எதுவும் விழும்
உள்ளே உள்ளது
நாங்கள் மீண்டும் வீட்டிற்குள் சிக்கியிருக்கும் போது
மற்றும் தக்காளி அழுகிவிட்டது
நாம் ஒவ்வொருவரையும் வைத்திருக்கிறோம்
நாம் சுதந்திரமாக இருக்க வாய்ப்பு உள்ளது
நிறைய கூர்மையான கட்லரிகளுடன்

மயக்கம்

குறைகிறது
தோற்றத்தில்
அல்லது வீங்கிய பார்வை
நான் மட்டுமே தொடக்கக்காரன்
இந்த தோரணை
ஏதோ ஒன்றுக்காக

கிட்டத்தட்ட வெளிர்
முற்றத்தில்
மிதித்தல்

மயக்கம்

இன்னொரு பின்னடைவு
இந்த சூறாவளிக்கு

கடந்து செல்கிறது

மேலும் ஈர்க்கும்
மாற்று
சுதந்திரத்திற்கு
காட்டுவதன் மூலம் குறைந்தது அல்ல

மேலும் சலுகைகளுக்கு

களைகள்

நகரும்

இந்த பாதை
அழிக்கும்

நான் பராமரிக்கிறேன்
நிழல்கள்

அப்பால்
சீற்றம்

ஒரு நிழல் கெட்டுவிட்டது

நான் பராமரிக்கிறேன்

இல்லாமல்

தூண்டும்

ஒரு உணர்ச்சியற்ற பதில்

உங்கள் பதில் இல்லை
அவர்களின் சொந்த சாத்தியமான தாக்கம்
அவர்கள் இங்கே எதிராக இருக்கிறார்கள்
மழைத்துளிகள்

இது ஒரு நிழல்
வேட்டையாடப்பட்டது
கற்களில் இருந்து
மலை போல குவிந்துள்ளது

ஆனால் வேறு இடத்தில்
பனித்துளிகள் அனுமதிக்கப்படுகின்றன

மென்மையாக்குதல்
கற்கள்

அடுத்த இதழிலும் அவ்வாறே அணுகுகிறேன்

சுவரில் முன்னால் படுத்துக் கொண்டது
இந்த மெழுகுவர்த்தி வெளிச்சம்

குளிர்ச்சியில்

இந்த இடம் மகிழ்ச்சியாக உள்ளது

அது கடைக்காரர்களைப் போல் கண்ணியமாகத்
தெரிகிறது

இந்த நிழல்களின் தொகுப்பில் அச்சுறுத்தலை நிரூபிக்கிறது

சக

க ட் டி ட ம்
தறியும்

தொலைவில்
மூடுபனி

ஒரு பூ மலர்கிறது
மெதுவாக

அந்த உடைந்த வீட்டிற்கு அருகில்
ஒரு கலைஞன் சறுக்குகிறான்

எல்லாம் இன்னும் இருக்கிறது
அந்த நிழலும் விரைவில் கரைந்துவிடும்

நம்மில் ஒருவன்

சொரசொரப்பான சுவரில் விடியலின் துணி
நான் தண்ணீர்
ஒரு இடத்தை உருவாக்குகிறது

ஏதோ சத்தம் கேட்கிறது
ஆம்
எங்களில் ஒருவர் இங்கே இருக்கிறார்
நாங்கள் விரைந்து அங்கிருந்து வெளியேறுகிறோம்

லாபிரிந்த்

...மற்றும் காலை வெளிப்படும் போது
நான் டிராகன்ஃபிளைகளின் பின்னால் ஓடுவேன்
நான் செலுத்திய சீஸில் ஓட்டை ஏற்பட்டுள்ளது
நான் ஆவேசமாக இருக்கிறேன்
கிட்டதட்ட ஒவ்வொரு கண்ணாடி கூரையுடன்...

சாம்பல் பின்னால் நிழல்கள்

இன்று காலை
ஆக்கிரமிக்கப்பட்ட தெருக்களின் உள்ளடக்கத்துடன்
அந்த வெறுமை

அனைத்து பங்கேற்பாளர்களையும் பட்டியில்
பின்தொடரும் சூறாவளிகள்

மங்கலான மதிய வெளிச்சத்தில் ஊதுகுழலின் நிழல்

காய்ந்த புல்லின் முணுமுணுப்பு
குளித்த சிறிது நேரத்தில் ஆவியாகிவிடும்

வளர்ப்பு

இந்த திங்கட்கிழமை ஈரமான நிழலால் நிரம்பியுள்ளது
அதேசமயம் எனக்குத் தெரியாது
என்னை நானே இறுகப் பிடித்துக் கொள்ளும் இடம்
உன் கடந்த காலத்திற்குப் பின்னால் என் இருப்பை
மறைக்கிறேன்
தவறான விளக்கம் என்ற பானையை சிக்க வைக்கவும்
வெவ்வேறு கைகளுக்கு இடையில்

சறுக்கல்

நீல இரவு
காணாமல் போகிறது
எங்களுக்கு இடையே
அதன் பாம்பு பாதை
இந்த கிராஃபிட்டி

விட்டு
பெரிய பரப்புகளைப் போல
நீரில் மூழ்கியது
உப்பு நீரின் கீழ்
இந்த நிழல்

சிக்காத

முற்றிலும் வேறுபட்டது
தீங்கற்ற வழிகள்
பனித்துளிகளை அணைக்கவும்
சிலந்தி வலை ஈரமானது
தளர்வாக இணைக்கப்பட்ட உமிகளுடன்
ஒரு படி அளவு
இருளில் இருந்து
வருபவருக்கும்
சிறிது நேரம் கழித்து மற்றும் குவிக்க வேண்டும்
ஒரு சிறிய அளவு ஆப்பிள் கோர்கள்
பின் இருக்கையின் தரையில்
ஒவ்வொரு நெடுஞ்சாலைக்கும் புனைப்பெயர் சூட்ட
நினைத்துப் பாருங்கள்
ஏனெனில் தரையில்
இது குறிப்பிடத்தக்கதாகத் தெரியவில்லை
ஒரு வளைந்த தசைநார்
ஆனால் எல்லாம் பின்தொடர்கிறது
அதன் வளைந்த வங்கி
ஆரம்பத்தில் இருந்தே அப்படித்தான்
ஊசியின் கண் வழியே

ஒரு உண்மையான பரிமாணம்

இந்த மேப்பிள் பூ முழுவதுமாக தோன்றும்
தோட்டம் முழுவதும் ஒரு அடி உணரப்பட வேண்டும்

விளைவுகள்

உடல் காலியாக இருக்கும்போது
மேலும் அதன் நிழல் வயல்வெளியில் சறுக்குகிறது
நீங்கள் ஒரு பெரிய குலுக்கல்லுக்குத் திரும்புகிறீர்கள்
மேலும் இரவு என்பது நீரில் உள்ள யாரையும்
உங்களால் அடையாளம் காண முடியாது
எனது மாறுதல் பாத்திரத்தை நான் ஆய்வு செய்கிறேன்
அனைத்து ஹூப்லாவிற்கும்
இந்த வேடத்தில் நான் நடிக்கிறேன்

விடுதலை

வாசனை
மொழி
பிந்தைய ஒளிக்கு அருகில்
நான் விடுவிக்கப்பட்டேன்

உயிருள்ள பளிங்குகளுக்கு இடையில்
எழுந்து நிற்க காத்திருக்கிறேன்

அம்பு

இன்று நான் உங்கள் வீட்டில் இருக்கிறேன்
இரவு மிகவும் தாமதமாக இருந்தாலும்
உங்கள் மொழி
உங்கள் விதிகளைப் பூர்த்தி செய்ய மிகவும்
தாமதமானது

பெரியவராக வளர்ந்தால் போதும்

குடியேறியவர்

வெற்று தெரு
மூலைகளில் குவிந்திருக்கும் நிழல்களுடன்
மீண்டும் மீண்டும்

ஒளியிலிருந்து வெளிச்சத்திற்கு நாம் மெதுவாக
செல்கிறோம்

நாங்கள் நினைவில் கொள்கிறோம்
ஒரு ஈ எப்படி தோன்றும்

சூறாவளி க்குப் பிறகு

பாதி இந்த புகை
நாம் பார்க்காதது நல்லது

வெறும் கருப்பு மற்றும் வெள்ளை

ஆனால் நிறமிகளைப் பார்க்கிறது

அனைத்து வகையான இருந்து

நான் என் துண்டுகளை வடிவமைக்கிறேன்

விதி எப்போதும் ஒன்றுதான்

கிட்டத்தட்ட அனைத்து ஈக்களுக்கும்

புதிய பக்கம் திறக்கப்பட்டது

வெற்று பாதை
இந்த வலிகள் காலியாக உள்ளன

சுவாசம் இல்லை
தன்னை வெளிப்படுத்துகிறது
எங்கோ நிழல்கள் கடத்தப்படுகின்றன
சாக்குகளில்

வைக்கோல் வண்டியில்

மூலைகளில் குவிந்திருக்கும் நிழல்களுடன்

மீண்டும் மீண்டும்
ஒளியிலிருந்து வெளிச்சத்திற்கு நாம் மெதுவாக
செல்கிறோம்
நாங்கள் நினைவில் கொள்கிறோம்
சூறாவளிக்குப் பிறகு

நாம் பார்க்காதது நல்லது
வெறும் கருப்பு மற்றும் வெள்ளை

ஆனால் நிறமிகளைப் பார்க்கிறது

அனைத்து வகையான இருந்து

நான் என் துண்டுகளை வடிவமைக்கிறேன்

விதி எப்போதும் ஒன்றுதான்
கிட்டத்தட்ட அனைத்து ஈக்களுக்கும்

வருகைகள்

புதிய பக்கம்

வெற்று பாதை

தன்னை வெளிப்படுத்துதல்

எங்கோ நிழல்கள் குவிந்துள்ளன

தெற்கை நோக்கி

அன்பே

இடம்
கடினமான மலர்ந்த மலருடன்
இடங்களுக்குச் செல்வது
உண்மையான நிழல்களுக்கு
நிறமிகளுக்கு
நான் விலை கொடுத்துவிட்டேன்
நான் நடைபாதையை காப்பாற்றுகிறேன்
நீல காகிதத்தோலுக்கு

கொள்கை

ஒரு பறவை
உயரும்
வானத்தில்
சாட்டையடியுடன்

காணாமல் போகிறது
கிட்டத்தட்ட ஒவ்வொரு ஷாட்

நம்பிக்கை

சூடான சூரியன்
ஒரு திறந்த இடத்தில்
பளிங்குகளுக்கு இடையில்
நான் தொலைந்துவிட்டேன்

ஆசிரியர் கலைஞர். அவரது படைப்புகள் உட்பட *The Sea*, *Archipelagos*, *Girl Friday*, *Three Fortunate Poems and A Love Song*, *A Game of the Tree*, and *Gulf* of *Grenada*, வசனத்தில். அவரது தனிப்பட்ட படைப்புகள் வெளியிடப்பட்டுள்ளன *JMWW, Constellations, New Note Poetry, Chapter House Journal, Red Ogre Review, Newfound, The New Southern Fugitives, Inverted Syntax, filling Station,* மற்றவர்கள் மத்தியில். அவர் தங்குகிறார் Ghana (தெற்கு பகுதி), Spain, மற்றும The Turtle Mountains, North Dakota.

www.ingramcontent.com/pod-product-compliance
Lightning Source LLC
LaVergne TN
LVHW060825170826
845678LV00010B/1910
9798224056835